கவிக்கூ - அறல்

கார்கவி

Copyright © Karkavi
All Rights Reserved.

ISBN 978-1-63957-647-0

This book has been published with all efforts taken to make the material error-free after the consent of the author. However, the author and the publisher do not assume and hereby disclaim any liability to any party for any loss, damage, or disruption caused by errors or omissions, whether such errors or omissions result from negligence, accident, or any other cause.

While every effort has been made to avoid any mistake or omission, this publication is being sold on the condition and understanding that neither the author nor the publishers or printers would be liable in any manner to any person by reason of any mistake or omission in this publication or for any action taken or omitted to be taken or advice rendered or accepted on the basis of this work. For any defect in printing or binding the publishers will be liable only to replace the defective copy by another copy of this work then available.

பொருளடக்கம்

1. ஒட்டடை — 1
2. மீள்பாக்கள் — 2
3. இயற்பா — 3
4. இறைவி — 4
5. ஏலே வெங்காயம்.! — 6
6. நவீன தாயம் — 8
7. இயல்பினம் — 9
8. மனமுதிர்வு — 10
9. அந்தகாலம் — 11
10. பருவ மழை — 12
11. கவிப்பா — 13
12. மனநலம் — 14
13. மெய்மை — 15
14. அன்பு — 16
15. கவித்துளிகள்- 1 — 17
16. கவித்துளிகள்- 2 — 18
17. கவித்துளிகள்- 3 — 19
18. ஹைக்கூ- 1 — 20
19. ஹைக்கூ-2 — 21
20. ஹைக்கூ- 3 — 22
21. ஹைக்கூ- 4 — 23
22. காதல் — 24
23. வாழ்க்கை — 25
24. பயணம் — 26

பொருளடக்கம்

25. கற்பனை	28
26. வாழ்க்கை	29
27. காலம்	30
28. நினைவு	31
29. மனம்	32
30. மீள் நினைவு	33
31. இயல்பு	34
32. உண்மை	35
33. பொதுவுடைமை	36
34. தினமொரு எண்ணம்	37
35. ஏற்பு நிலை	38
36. அவள்	39
37. லீமரைக்கூ	40
38. லீமரைக்கூ	41
39. கவிக்கூ- 1	42
40. கவிக்கூ- 2	43
41. கவிக்கூ- 3	44
42. கவிக்கூ- 4	45
43. கவிக்கூ- 5	46
44. கவிக்கூ- 6	47
ஆசிரியர் குறிப்பு	49

1. ஒட்டடை

ஓயாது கடந்து செல்லும் காலங்களை நான் அவ்வப்போது திரும்பி பார்த்து தான் செல்கிறேன்....

காற்றாலும் மழையாலும் கிடைத்த சாரல் சுவடுகளை என்னுள் தடமாக நான் வைத்துக் கொண்டேன்....

எத்தனையோ முகங்கள் என்னைக் கடந்து சென்றன,புகழ்ந்து சென்றன..

வேண்டியவை என்னிடமிருந்து கிடைக்காத பொழுது இகழ்ந்து சென்றன...

கட்டிப்பிடித்து அழுது எனது கவலைகளை எல்லாம் கொட்டி தீர்த்தேன் என் தனிமை எனும் துணையிடம்....

விசமான மனிதன் என்று விஷம் தீண்டிய பின்னரே அறிகி-றோம்...

விசமாக இருந்தால் என்ன விசயமாக இருந்தால் என்ன பலன் பெற்று போகட்டுமே...

யாராக இருந்தால் என்ன இந்த நரன் வளர்ந்த காட்டுக்குள் நல்-லது இல்லாத தீயவைகளாகவே இடம்பெறுகின்றன

இந்த ஒட்டடைகள்....

மனித ஒட்டடைகள்.....

2. மீள்பாக்கள்

●

தூரல் நின்றவுடன் துவட்டி விடுகிறது/
காற்றால் பூமியை /
மழை

●

காற்றாடியில் சிறு சத்தமில்லை.../
காட்டிற்குள் அமைந்த அழகு வீடு.../
ஆக்சிஜன் இல்லா உடல்../

3. இயற்பா

•

பீரோவிற்கு தினம் தாழிட்டான்..../
வாயாடியின் முதல் பிள்ளை..../
வாசல் கதவை தாழிடவில்லை.../
•

அனைத்து குறளையும் படித்தவன்..../
அடுத்த வீட்டு கார் துடைக்கிறான்.../
வேலைக்காரன்.../

4. இறைவி

எல்லாம் அவளாகி போனப் பிறகு வேறு என்ன நான் சொல்லி விடக்கூடும்....

ஆசையாக வாழ்ந்து அனைத்தையும் அனுபவித்து பட்டாம்பூச்சி போல் வாழ்வை அனுபவித்தவள்...

இங்கு நேரம் பார்த்து ஆட்கள் பார்த்து எனக்காக எல்லாம் சேர்த்து வைக்கிறாள்..

அவள் அன்னை தந்தை பிரிந்து என் அன்னை தந்தையை அவள் உடையவராய் ஏற்று அன்பும்,

ஆர்ப்பரிக்கும் பணிவிடைகளையும்

சற்றும் மனம் கோணாது,

முகம் சுழிக்காது செயல்படுத்துகிறாள்....

என் உடன்பிறப்புகளுக்கு உடன்பிறப்பானாள்,

என் சொந்தங்களின் புது சொந்தமானாள்,..

என் வீட்டு செல்லங்களுக்கு அன்பானாள்...

அப்பாவின் அன்பிற்கு அவளும் ஓர் மகளானாள்....

மாமியார் மருமகளாய் இவர்கள் இல்லை, அம்மை-பெண்ணாய் பயணிக்கின்றனர்...

உடல் வழிகள் ஏராளம் இருந்தாலும் இன்முகத்துடன் என்னருகில்....

அதற்காகவா மணமுடித்தேன்..

கைப்பிடித்து கால் பிடித்து அவள் துயரங்கள் நான் துடைப்பேன்....

அறிவில்லா சமுதாயம் பொண்டாட்டி தாசன் என்ற பெயர் சூடும்....

இருக்கட்டும் அது ஓரம்...
சமுதாயம் என் குடும்பத்தை பார்த்ததில்லை...
சமுதாயம் என் உறவுகளை பேணிக்காப்பதில்லை...
சமுதாயம் இல்லறவியலில் துணையில்லை...
சமுதாயம் என்னவளின் தலைவலிக்கு மருந்து இல்லை..
அம்மாவுக்கு அடுத்த இடம் அவளானாள்...
அவளே என்றென்றும் அன்னையானாள்....
அன்னை கூட வாழ்நாளில் கடந்து போவார்...
அவள் காலம் முடியும் வரை என் நிழலென அவாள்...
பிள்ளைகளை பெற்றிட பாதுகாத்து,
பணிகளை அவள் தலைமேல் தான் சேர்த்து...
அடுப்பூதும் பெண்ணுக்கு படிப்பெதற்கு என்பதை உடைத்தவள்....
என்னவள்...
என் எல்லாம் அவள்...
என் இதயம் நிறைந்த இறைவி
என் மனைவி....

5. ஏலே வெங்காயம்.!

ஏலே

சொல்ல சொல்ல விளங்கல சொல்லும் வெங்காயம்...!

நீ சொன்ன சொல்லு வீளக்கமில்ல சொல்லு வெங்காயம்....

தட்டில் காசு வாங்குறான்வோய் சின்ன வெங்காயம்...!

மனசில் நனச்சு உண்டியல் நெறச்ச சொல்லு வெங்காயம்...!

மொட்ட போட்டு காச எறச்ச சின்ன வெங்காயம் நூல போட்டு காச எடுத்தான் சொல்லு வெங்காயம்....!

அலகு குத்தி வாயில் ஓட்டை சின்ன வெங்காயம்...தொப்புல் ஓட்டை பெருத்து போச்சு சொல்லு வெங்காயம்...!

தீ மிதிக்க நீ இருக்க சின்ன வெங்காயம்.. தீட்டு போனு சொல்ல அவன் பெரிய வெங்காயம்......!

காவடியில் நூறு இருக்கு சின்ன வெங்காயம் வேட்டி மடிச்சு தூக்கல அவன் பெரிய வெங்காயம்....!

சாதி சண்டைக்கு முதல் ஆளாய் வந்த மனுசன் நீ...!

சாதிக்காக உன்ன துண்டி விட்ட பெரிய வெங்காயம்...!

சொந்த காசில் அபிஷேகம் சின்ன வெங்காயம் கடைசிபுள்ள பட்டினியல் பெரிய வெங்காயம்...!

விலைவாசி ஏறிப்போச்சி வெள்ள வெங்காயம்..!

பொருளாதாரம் பொறுப்பில்ல சின்ன வெங்காயம்,..!

வகை வகையா வறுத்திகிட்டான் வெள்ள வெங்காயம்...

நேர்த்திகடன் நூறு இருக்காம் பெரிய வெங்காயம்..

ஊட்டு கடன் ரோட்டில் இருக்கு பாரு வெங்காயம்....!

கடவுள் இப்ப காசு கொட்டும் கல் வெங்காயம்...

தொப்ப பிதுங்கி தட்ட நிரப்புவான் வெள்ள வெங்காயம் .,.!..

நம்பிக்கை கொள்-மூட நம்பிக்கை கொல்....
ஏலே வெங்காயம்...!

6. நவீன தாயம்

எட்டுக்கு எட்டு கட்டம்
விளையாடி ஆடி தீர்த்தோம்...!
தாயத்த போட்டு நிதம் காயங்களை நிரப்பி வச்சோம்....!
இரண்டுக்கு உருட்டி விட்டு வண்டேறி பழம் தின்னோம்...!
மூனுக்கு மூனு போட்டு எதிர்காய வெட்டி போட்டோம்...!
முதல் தாயம் கட்டத்தில் உயிர்ப்பை கொடுக்கும்...!
ஒரு தாயம் மறுகாய வெட்டித்தள்ளும்...!
மறுதாயம் பழம் ஏறி ருசித்து தின்னும்...!
ஒரு தாயம் பாதுகாப்பு பெட்டி சேரும்....!
மறுதாயம் அருகருகே நட்பு சேரும்....!
பலதாயம் வாய்ப்பு தனை இழக்க செய்யும்...!
பல நேரம் பழத்தின் முன் வந்து சேரும்...!
ஆயிரம் எண்கள் இருந்த போதும்....!
ஒன்றாகி
இரண்டாகி
மூன்னோடு மூன்றாகி..!
நான்காகி ஐந்தாகி
ஆறோடு பன்னிரண்டாகி...!
அள்ளி எடுத்து விசிறிவிட்ட அதி நவீன தாயமது...!

7. இயல்பினம்

•

அகல பரந்த அற்புத முட்டத்தில்../
அங்கும் இங்கும் அலைகிறது../
பூனை../

•

திடீரென ஒருநாள் கோபம்../
வருடம் முழுதும் புலம்பிவிட்டாள்../
மனைவி../

8. மனமுதிர்வு

பிடிக்காத முதிர் பிள்ளைகளை /
சறுகாக்கி உதிர்கிறது மரம் /
இலையுதிர்காலம் /

இறப்பு /
சுற்றி நின்று அழும் உறவுகள்../
(தீ)பந்தம் ஏற்று நிற்கிறது பேரன் பேத்திகள்../

9. அந்தகாலம்

பலகால பணிக்குப் பிறகு../
இழைப்பாறி கை ஊன்றுகிறது../
ஆலமரம்../

ஆயிரம் சொற்கள் உண்டென்றாலும்.../
அடிப்பட்டவுடன் அலறும் சொல்../
அம்மா../

10. பருவ மழை

●

இடைவிடாத பருவ மழை../
இஞ்சியும் வெங்காயமும் வெட்டலில்../
கண்ணீர்../

●

நாளைக்கு மூன்று வேளை பால்../
மடி கனக்காத பெண்மணி../
அவள்../

11. கவிப்பா

●

அடித்த வண்ணம் குறையவில்லை../
அவருக்கு மட்டும் தெரிந்த கதை../
நார்முடி../
●

ஆசைகள் நிறைந்த மனிதர்கள்.../
பணம் மட்டும் வங்கியில்../
கோயிலில் பிச்சை../

12. மனநலம்

•

அசட்டுத்தனமாக அழுகிறது குழந்தை../
கொஞ்சி சிரிக்கிறார் தகப்பன்..
குழந்தை எனும் அம்மா../
•

கோபம் அதிகமானால்../
குறைக்கப்பட்டது காரணம்.../
பொய்.../

13. மெய்மை

●

கல்லென நினைத்த மனம்.../
சூடம் மட்டும் கரைகிறது.../
நம்பிக்கை.../
●

சூரைக்காற்று../
சுற்றி சுற்றி அடிக்கிறது../
வலி இல்லாமல்../

14. அன்பு

●

அம்மாவின் சோறு../
அனைவரும் பந்தியில் நானில்லை../
அனாதை../

●

கணக்கு தவறானது../
திருத்தியும் மதிப்பெண் குறைவு../
வாழ்க்கை../

15. கவித்துளிகள்- 1

●

அதிகமான விவாதங்களின் தேவை ஏதோ ஒரு முடிவிற்கான ஆர்வப் பேச்சுகளே..

●

எதிர்பார்ப்பு என்பது,
நேற்றைய முடிவு,
நாளைய தேவை என்றாகிறது...

16. கவித்துளிகள்- 2

●

எந்த ஒரு தகப்பனின் ஆசையும்..!
என் உயிரணு உன்னை ஆளாக்கவில்லை என்றாலும் -உன் உயிரணு சோம்பேறி கூட்டத்தில் அமர்ந்திடாது வைத்திரு என்பதே...!!

●

மனித தேவை
என்பது வேண்டாம் என்பதில் தொடங்கி
போதவில்லை என்பதில் நிறைவடைகிறது....

17. கவித்துளிகள்- 3

●

நேரம் சற்று அனலாய் மாறியதென்ன..
நிதம் காற்று எதிரியாய் ஆனதென்ன
காரணமாய் என்ன சொல்ல...
காலம் ஞாயிறின் பக்கம் போல...

●

கட்டுக்கடங்காத ஆற்றின் வேகத்தில் அயராது ராஜ்ஜியம் காமிக்-
ககிறது...நீரின் மேல் இலையும்,நீருக்குள் மீனும்....

18. ஹைக்கூ- 1

●

ஐப்பசி மாத அடைமழையில்../
நிரம்பியது அல்லி குளம்../
குடிசை../

●

காயப்போட்ட அவள் தலையணையில்.../
பிழிய முடியாத ஈரங்கள்../
கண்ணீர்.../

19. ஹைக்கூ-2

●

கோட்டிற்கு வெளியே நின்று பார்க்கிறான்.../
கொடி கம்பு அசைத்த ஒற்றைக் கம்புடன்..../
ஊன மணி../

●

யாரை நம்பி பிறப்பதென்று../
அறியாமல் பிறந்தது இன்று.../
வருடம்.../

20. ஹைக்கூ- 3

●

காற்றாடியில் சிறு சத்தமில்லை.../
காட்டிற்குள் அமைந்த அழகு வீடு.../
ஆக்சிஜன் இல்லா உடல்../

●

பீரோவிற்கு தினம் தாழிட்டான்..../
வாயாடியின் முதல் பிள்ளை..../
வாசல் கதவை தாழிடவில்லை.../

21. ஹைக்கூ- 4

●

வைரம் பாய்ந்த மரம் வெட்டியதும்../
சறுகென பட்டுபோனான்../
விவசாயி../

●

எச்சமிட்ட இடத்தில் எல்லாம்../
இரட்டைக் குழந்தைகள்../
பனைமரம்../

22. காதல்

காதலுக்கு
அழைக்கவும் தெரியும்..
இழக்கவும் தெரியும்...
அறியாத அன்பிடம் முறைக்கவும் தெரியும்...
வலுவான அன்பிடம் வணங்கி செல்லவும் தெரியும்...
காதல் அனைத்தும் அறிந்ததே...!

பெருந்தன்மை என்பது
சில நேரங்களில் மௌனம்..
கரம் தட்டி வரும் சிரிப்பு...
மழை என பெருகும் கண்ணீர்..
அனைத்தும் இழந்த பிறகு
சட்டைப்பையின் இறுதி காசுகளை கொடுக்கும் கொடை தருணம்....

23. வாழ்க்கை

●

கடும்
இருளில்
சட்டென
விட்டில் மின்னுவதும்...!
கரப்பான் பூச்சி
மேல் விழுவதும்...!!
எவனையும்
சட்டென பயம் கொள்ள
செய்யும்....!!!
மனிதனின் இயல்பது...
●

கனவுகளின் வழியே...
நில்லாது ஓடிக்கோண்டே
இருக்கிறது
வாழ்க்கை பயணம்...
அதன்..
விளிம்பில் நாம்...

24. பயணம்

அட
மனிதா
நீ
யாரைத்தேடி ஓடுகிறாய்...!
எவரைத்தேடி ஓடுகிறாய்..!
கண்டவரெல்லாம் உன்னை கவலைக்கு உள்ளாக்குபவர்கள்...
சொல்பவர் எல்லாம்
சுதந்திரம் என்று சொல்லி
அடைப்பவர்...
கதவை திறப்பவர்
வழிக்காக அல்ல
திறக்க இயலா வண்ணம் அடைத்து விடவே...
நம்பிக்கை
ஞாபக மறதி சொல்....!!!
●

கனவென்று நினைத்தது
கைப்பிடித்து
மாலையிட்டு
மஞ்சள் தாலியிட்டு
மணவறை சுற்றி
குங்குமம் இட்டு
குடில் திரும்பும்
நேரத்தில்...!

அம்மாவின் எழுப்பல்...!

25. கற்பனை

●

அடுத்த நொடியே...!
வானில் நிலவு...
வாசலில் நாய்...
கால் கடித்த எறும்பு...
கதவு மூடும் காற்று..
கால் ஆட்டும் தாத்தா..
கறிக்குழம்பில் ஈரல்..
சப்பாத்தியில் கருகல்..
முடிந்தது இரவு...
●

மழலை மொழிப்போல
மனம் போன போக்கில் விளையாட்டு...
அறிந்தும் அறியாத வார்த்தைகள்.
உண்டும்,துப்பியும் தீர்ந்த பசி..
உடுத்தியும் உடுத்தாத மேற்கால் சட்டை...
யதார்த்தமாக கடக்கிறது காலம்..

26. வாழ்க்கை

●

மனிதனின்
துயரங்களை..
கண்ணீர் மட்டும்
தெரிய படுத்துவது இல்லை..
ஆழ்ந்த அமைதியும்
எளிதில் கூறிவிடும்....

●

வேண்டியவரோ...
விரோதியோ..
நமக்கு கிடைக்காததால்
அவரை வெறுப்பது
நலமல்ல...
தவறை தண்டிக்கலாம்..
வெறுப்பது தீர்வல்ல...

27. காலம்

●

காலம்
கடினமாகத்தான் உள்ளது
கவலைகள்
சற்று கவலைக்குள்ளாகதான் உள்ளது..
பசிகள் பரவுகிறது...
தொற்றுகளும் நிலவுகிறது...
இரண்டாம் அலை...
●

என்றாவது
ஒருநாள்
என் அருமை புரியுமடா..
உன் கண்ணீரின் வலி
உன் இதயம் அறியுமடா
என்று கணத்த குரலில்
முறைத்த சொன்னார் அவர்...
அப்போது சிரித்து கொண்ட நான்...
இப்பொழுது அழுகையில்...
இயல்பில் வாழ்க்கை...

28. நினைவு

●

நினைவுகளின் ஈரம் காயும் முன்
நிச்சயமாக
நம் நினைவை
பதித்திடுவோம்...
நிறைவானதாக
எல்லாம்
மாற்றிடுவோம்...
●

இளைப்பாறல் என்பது
முடிந்த நேரத்தையும்
கிடைக்காத தருணத்தையும்..
முற்றும் பெற்ற
அனைத்தையும் நினைத்து
நகர்வதே....!!!

29. மனம்

●

யாரென்று
அறியாத
பலரின் நிழலுக்காக
பகலில் சூரியனும்
இரவில் நிலவும்
பயணிக்கிறது...

●

சகோதரர் என்பவர்....
உருவத்தில் உயரமில்லாமலும்
உண்மையில் உயரமாகவும்...
உனக்காக எல்லாம் ஆகவும்..
உறவுகளுள் உனக்கு மூத்தவனாகவும்...
உனதுயிர்க்கு முன் உயிர் பெற்றவனாகவும்....

30. மீள் நினைவு

●

எல்லா நேரங்களிலும்
வானம் வசப்படுவது இல்லை..
தட்டான் கை பிடி படுவதில்லை..
மீன் குளம்பில் உப்பு இருப்பதில்லை..
மாண்ட நினைவுகள்
கண்முன் வராமல் இருப்பதில்லை
மீள் நினைவுகள்.....

●

நேற்று கண்டு பேசி
இன்று மறந்த
உள்ளங்கள்
காக்கையின்
எச்சத்தை விட சற்று
நாற்றம் நிறைந்தவரே....
அவர் பாணியில் மறதியின் வரிசையில்
இதுவும்
ஒன்று....

31. இயல்பு

●

குளக்கரையில் பொறி இட்டு மீன் வளர்க்கும் மனிதன்..
மாமிசம் கொடுத்து முதலை வளர்க்க மறுக்கிறான்...

●

வறண்ட நிலங்களில்
வம்பிழுத்து
ஓய்கிறது
வரப்புகள்....
இரு பக்கமும்
இன்றுவரை
ஏதுமின்றி...

●

மனித மாற்றம் என்பது
பலநாட்கள்
கால் கட்டில் இருந்து
விடுவித்த சுமைதூக்காத கழுதையின் ஓட்டமாகிறது.....

●

32. உண்மை

•

இழப்பு
என்பது
கிடைக்க தவறியது
மட்டுமல்ல
கிடைத்தும்
தவறிய
இன்பங்களே....

•

முற்று பெறாத ஓவியம் போல..
பாதியில் நின்றதெல்லாம்...
ஆம்..
பாதியில் நின்றது எல்லாம்....
கிறுக்கல்களின்
மை தீர்ந்தது போல்..
மனம் போன போக்கில்...

33. பொதுவுடைமை

●

சமுதாயத்தின்
தேடல்
என்பது
பாலில் சேர்த்த நீரை
பக்குவமாய் பிரிப்பது போல்..
நீர் சேர்க்கப்பட்டதா....
மனம் கலைக்கப்பட்டதா
என்பதே வினா.....

●

அமைதி
ஒருநாள்
அதிக பேச்சாக மாறலாம்...
அவசரமான
செயல்
அறிவற்றதாக மாறலாம்...
உண்மை..
அமைதியாகவே..

34. தினமொரு எண்ணம்

●

கற்றுக்கொண்டது
ஏதோ ஓர் இடத்தில்
விதையாக விழுகாத வரை..
மனமோ,மரமோ
விளைவது இல்லை....

●

வானத்தின் வெள்ளை நிறத்தில் சுத்தத்தால் மட்டுமல்ல...
மனிதனின் மனதாலும் வெண்மை பெறுகிறது..

35. ஏற்பு நிலை

●

காலங்கள் கடந்தாலும்...
அனைத்தும் மறந்து போகும்...
அனைத்தும் அல்ல...
ஆசைகள் நிலுவையில் நிற்கும்..
எல்லாம் அல்ல...
அம்மாப்பா புகைப்படத்தில்...
எல்லோரும் அல்ல
கையில் மலர்...தோலில் புலி...
இன்றும் பல...

●

அன்பார்ந்த எண்ணம் என்பது
யாரையும் ஏற்காது
எளிமையை கண்டறிந்து
இயல்பான சூழலை உருவாக்குவதே ஆகும்...
உலகம் எல்லாம் அன்பு மயம்...

36. அவள்

●

ஆசையில் அருகில் வந்து../
அணைத்தவுடன் எரிகிறது../
தீபம்../

●

கொட்டியதும் சிவந்து விட்டது../
ஒட்டியும் ஒட்டாத அவளின்
இதழ் சாயம்../

37. லீமரைக்கூ

●

பட்டனை உடனே கலட்டியதும் ../
பல மோகச் சிந்தனை.../
தையல்காரன் ./
●

புன்னகை../
பசி உள்ள இடத்திலும் உண்டு../
பார்க்காது அள்ளிக் கொட்டும் இடத்திலும் உண்டு../

38. லீமரைக்கூ

●

கட்டில்
யாரையும் சேர்க்காது../
உற்றவனை மட்டும் தாங்கும் மனம்../
●

வாசலில் கோலம்../
வகை வகையாய் வண்ணங்கள்../
குடும்ப சிக்கல் விடிந்ததும் தெரியும்.../

39. கவிக்கூ- 1

●

கிழிந்த சீலை.../
பிறந்த குழந்தைக்கு தங்கத் தொட்டில்../
பல்லாக்கு ஏறாத பல குழந்தைகள்../
●

அடிமேல் அடி விழுகிறது../
சிரித்துக் கொண்டே நகர்கிறது../
வாழ்க்கை பயணம்.../

40. கவிக்கூ- 2

●

அக்காளின் வீட்டில் மதிய சோறு../
அகதியாக நிற்கிறது மதில் மேல்../
பூனை../

●

துரோகத்தின் மறுபெயர் வைக்கவில்லை..../
நட்பே துணை என்ற புதுமொழி.../
நான்கு பேர் இப்போது அசையா தேர்.../

41. கவிக்கூ- 3

●

கூடையில் நிரம்பியது பூ../
வைக்க இயலாது சிரிக்கிறாள்../
பூவரசி(விதவை)

●

மணிக்கு ஒருமுறை ஞாபகப்படுத்தி../
நேரத்தை மறந்தது மணி.../
கடிகாரம்../

42. கவிக்கூ- 4

●

விரலுக்கேத்த வீக்கம் என்று../
வங்கி கணக்கில் விரலை வெட்டி வைத்தான்../
நரன்(முட்டாள்)../

●

அரளி
பல கொடிகளுக்கு உறவானது../
காதலில் பெண்களுக்கு விருந்தானது.../

43. கவிக்கூ- 5

•

ஆயிரம் முடிச்சிகளை அவிழ்த்தவனுக்கு.../
கடைசியாக மூன்று முடிச்சு../
திருமணம்../

•

வேகம் கூடிப்போனால் அவள் ஓடிப்போனால்•••/
பானையில் நிரம்பி வழிந்த../
உளுந்து•••

44. கவிக்கூ- 6

●

காதல்../
இரு உயிர்களின் இறப்பில் பிறப்பது.../
இரு உயிர்கள் பிரிவில் இறப்பது../
●

பல்லாயிரம் உயரத்திலிருந்து கொட்டுகிறது../
தொட்டு நா இனித்திடும்../
மலைத்தேனீ.../
●

இருக்கிறதா இல்லையா கேள்வி.../
இருக்கும் இடத்தில் பலனில்லை../
உயிர்../

ஆசிரியர் குறிப்பு

அன்பார்ந்த வாசகர்களே வணக்கம்
நான்...
கார்கவி@சேகா என்கிற Er.Prof.சே.கார்த்திகேயன்.ME., படித்தது பொறியியல் துறை என்றாலும் எனக்கு தமிழில் அலாதி ஈடுபாடு உண்டு, அந்த ஈடுபாடு இப்பொழுது வரை குறையவில்லை, குறைவதும் இல்லை. கிடைக்கும் சிறு வேளைகளில் எல்லாம் என் பேனை எழுதாத கவிகள் இல்லை, எனக்கு கடவுள் நம்பிக்கை உண்டு என் பெற்றோர்கள் எனது கடவுள்கள் என்பதால்... மூடநம்பிக்கை இல்லை,அதை எனது புத்தகம் தாங்களுக்கு தெளிவுபடுத்தும், எனது வரிகள் உங்களை பதப்படுத்தி மனதின் ஆழத்தில் அன்பின்,பண்பின், உயர்வின் அடுத்த நிலைக்கு கொண்டு செல்லும்...என்ற நம்பிக்கையுடன் எனது உரையை முற்றும் செய்கிறேன்...
நன்றி..
எல்லாம் நன்மைக்கே.. என்றும் என் பெற்றோர் ஆசியுடன்..
கார்கவி@சேகா நாகப்பட்டினம்

www.ingramcontent.com/pod-product-compliance
Lightning Source LLC
LaVergne TN
LVHW041549060526
838200LV00037B/1204
9781639576470